Impressum
Verlag: BABADADA GmbH, Nedderfeld 112 , 22529 Hamburg
Geschäftsführer / Verlagsleitung: Harald Hof
Druck: Books on Demand GmbH, In de Tarpen 42, 22848 Norderstedt

Imprint
Publisher: BABADADA GmbH, Nedderfeld 112 , 22529 Hamburg, Germany
Managing Director / Publishing direction: Harald Hof
Print: Books on Demand GmbH, In de Tarpen 42, 22848 Norderstedt

School
shule

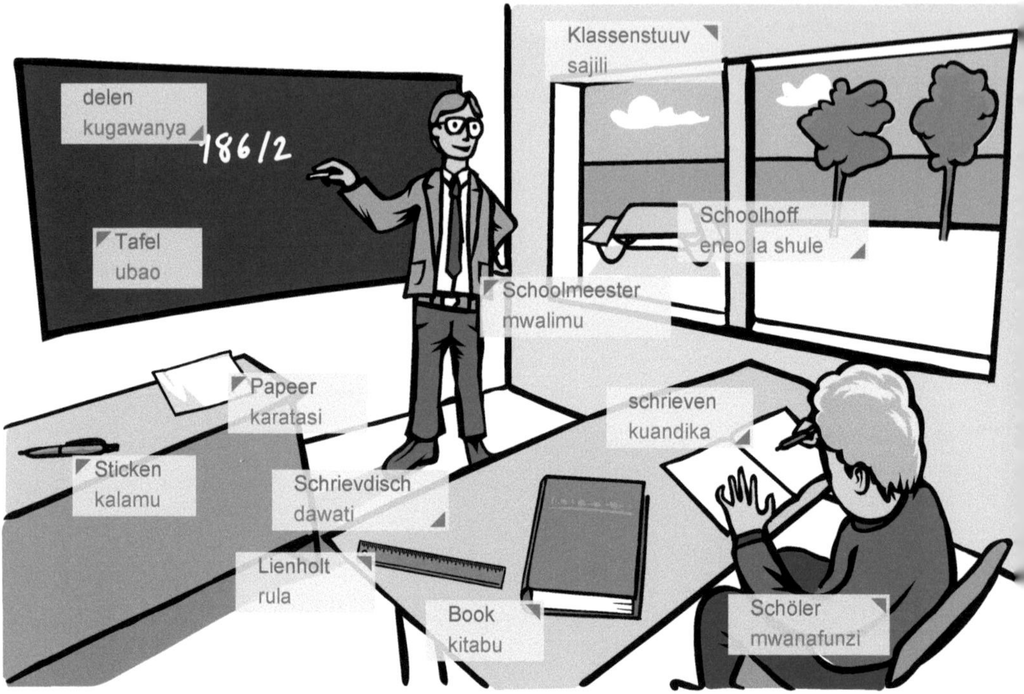
Klassenstuuv
sajili
delen
kugawanya
186/2
Tafel
ubao
Schoolhoff
eneo la shule
Schoolmeester
mwalimu
Papeer
karatasi
schrieven
kuandika
Sticken
kalamu
Schrievdisch
dawati
Lienholt
rula
Book
kitabu
Schöler
mwanafunzi

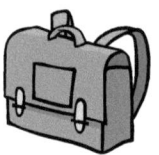

Ranzel

mkoba

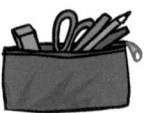

Feddermapp

kikasha cha penseli

Bleesticken

penseli

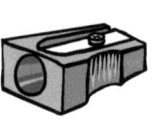

Scharpmaker

kichonga penseli

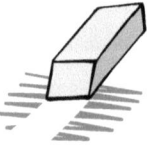

Radeergummi

mpira

Tekenblock

pedi ya kuchora

Teken

uchoraji

Pinsel

brashi ya rangi

Malkassen

sanduku la rangi

Scheer

mkasi

Klever

gundi

Heft to'n Öven

daftari

Huusopgaav

kazi ya nyumbani

Tall

nambari

tohooptellen

jumlisha

aftrecken

ondoa

malnehmen

zidisha

reken

kokotoa

Bookstaav

barua

ABC

alfabeti

Woort

neno

School - shule

3

Text
maandishi

lesen
kusoma

Kried
chaki

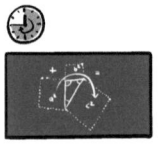

Stunn
somo

Klassenbook
sajili

Pröven
uchunguzi

Tüügnis
cheti

Schooluniform
sare za shule

Utbillen
elimu

Nakieksel
elezo

Universität
chuo kikuu

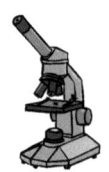

Mikroskop
darubini

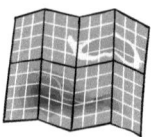

Koort
ramani

Papeerkorf
kikapu cha kuweka karatasi
chafu

Törn
usafiri

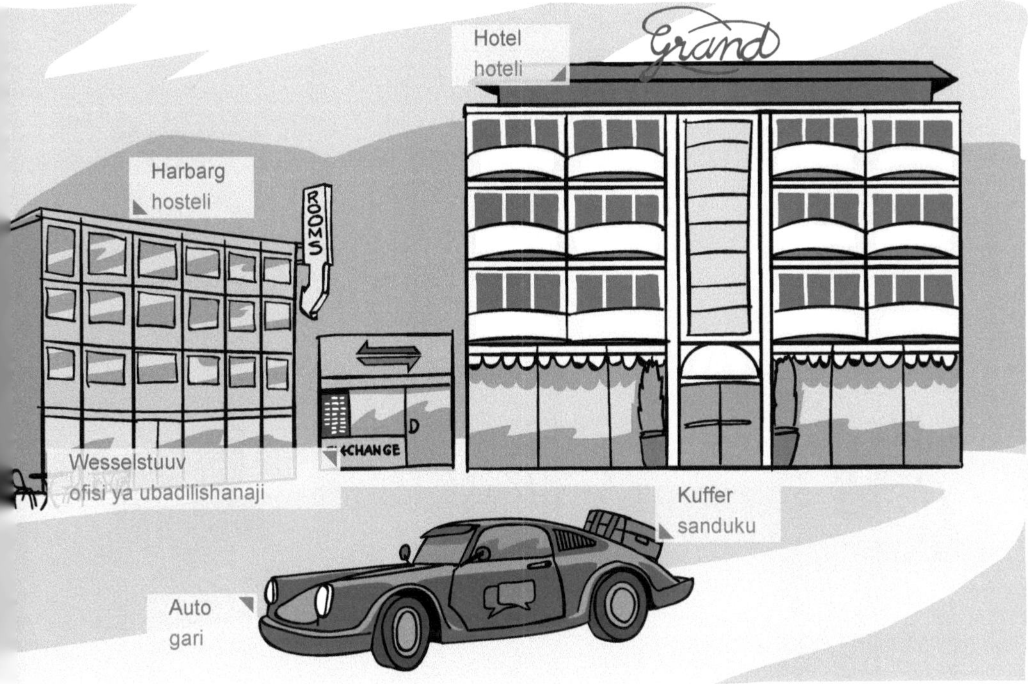
Hotel
hoteli
Grand
Harbarg
hosteli
ROOMS
EXCHANGE
Wesselstuuv
ofisi ya ubadilishanaji
Kuffer
sanduku
Auto
gari

Spraak

lugha

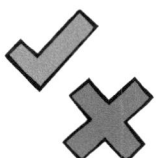

jo / ne

ndiyo / la

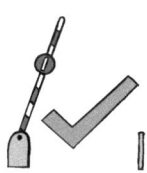

Jo

sawa

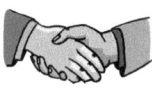

Moin

hujambo

Översetter

mtafsiri

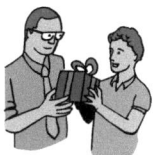

Dank ok

Asante

Wat kost...?

kiasi gani ni ...?

Ik verstah nich

Sielewi

Problem

tatizo

Goden Avend

Jioni njema!

Moin!

Habari za asubuhi!

Gode Nacht!

Usiku mwema!

Tschüüs

kwa heri

Richt

mwelekeo

Bagaasch

mizigo

Tasch

mfuko

Rüchsack

shanta

Gast

mgeni

Stuuv

chumba

Slaapsack

begi la kulalia

Telt

hema

Touristeninformatschoon	Strand	Kreditkoort
taarifa ya utalii	ufuo	kadi

Fröhstück	Meddageten	Avendeten
kifunguakinywa	chakula cha mchana	chakula cha jioni

Fohrkort	Fohrstohl	Breefmark
tiketi	kuinua	muhuri

Grenz	Toll	Bottschop
mpaka	mila	ubalozi

Visum	Pass	
visa	pasipoti	

Transport
usafiri

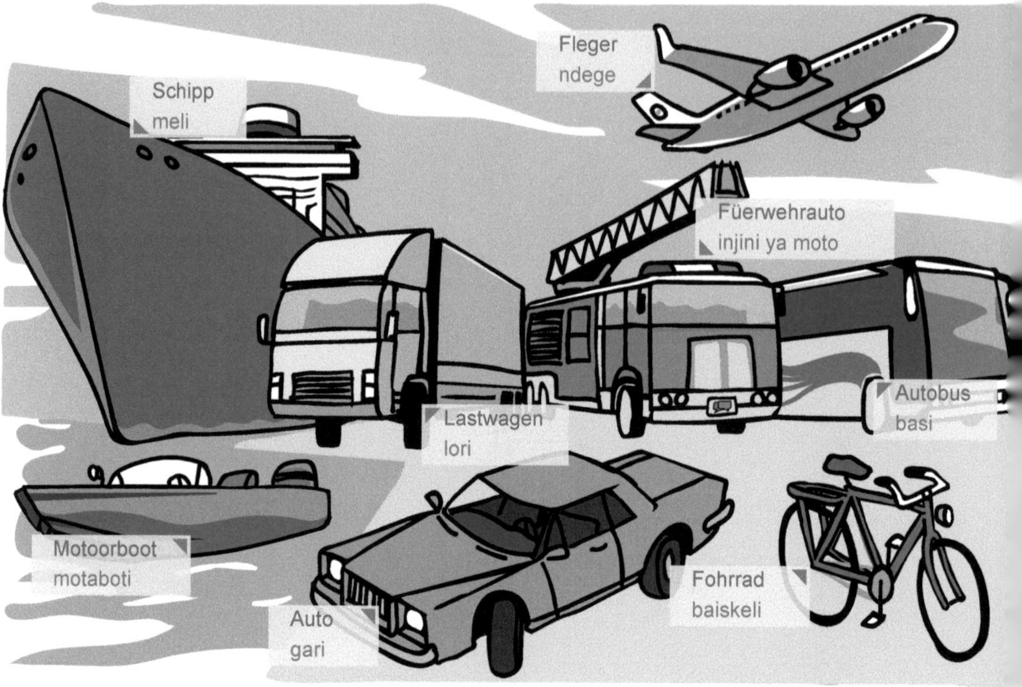

Fleger
ndege
Schipp
meli
Füerwehrauto
injini ya moto
Autobus
basi
Lastwagen
lori
Motoorboot
motaboti
Fohrrad
baiskeli
Auto
gari

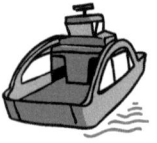

Fähr
feri

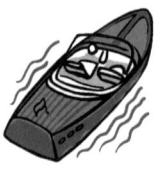

Boot
mashua

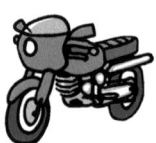

Motoorrad
pikipiki

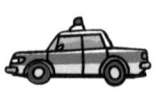

Polizeiauto
gari la polisi

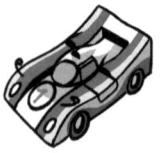

Rönnauto
gari la mashindano

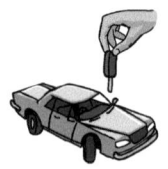

Lehnwagen
gari la kukodisha

Carsharing

kushiriki gari

Afsleepwagen

lori la kuvuta

Müllauto

ukusanyaji taka

Motoor

motor

Kraftstoff

mafuta

Tanksteed

kituo cha mafuta

Verkehrsschild

ishara trafiki

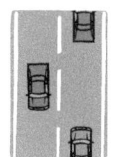

Verkehr

trafiki

Stau

msongamano

Afstellplatz

maegesho

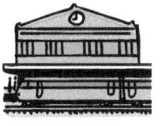

Bahnhoff

kituo cha treni

Sporen

reli

Tog

garimoshi

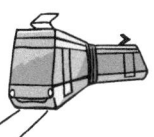

Stratenbahn

tremu

Wagon

gari la mizigo

Dwarsmöhl

helikopta

Flooghaven

uwanja wa ndege

Tower

mnara

Fohrgast

abiria

Grootkist

chombo

Karton

katoni

Koor

mkokoteni

Korf

kikapu

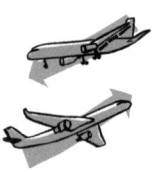

starten / lannen

ondoka

Stadt

jiji

Dörp

kijiji

Binnenstadt

katikati ya jiji

Huus

nyumba

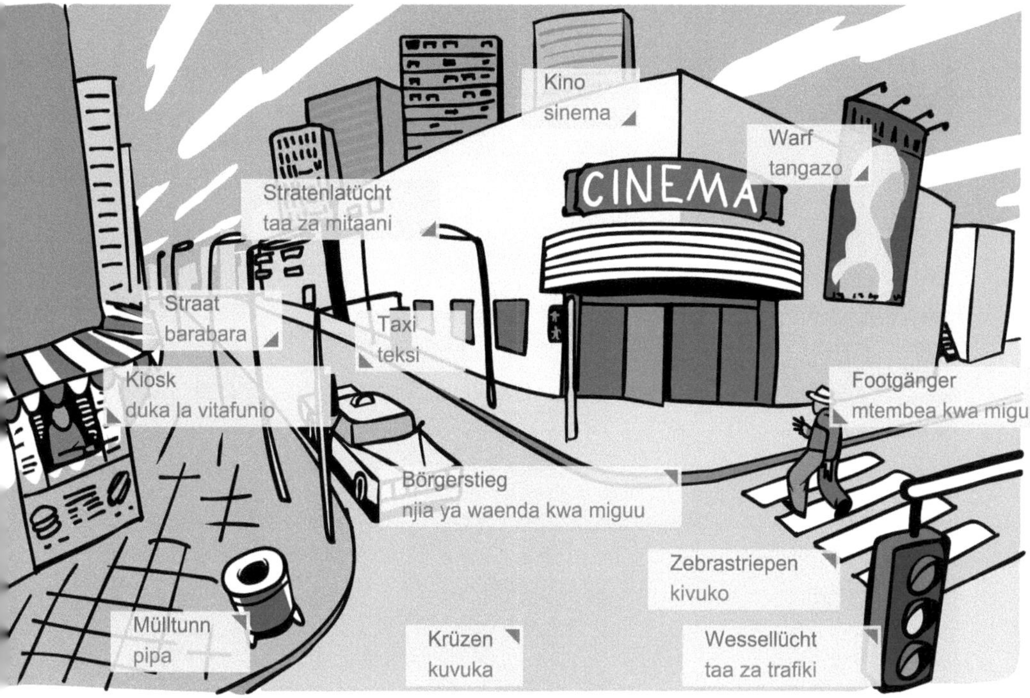

Kino
sinema

Warf
tangazo

Stratenlatücht
taa za mitaani

CINEMA

Straat
barabara

Taxi
teksi

Kiosk
duka la vitafunio

Footgänger
mtembea kwa miguu

Börgerstieg
njia ya waenda kwa miguu

Zebrastriepen
kivuko

Mülltunn
pipa

Krüzen
kuvuka

Wessellücht
taa za trafiki

Hütt
kibanda

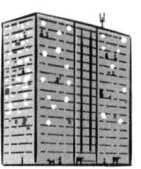

Wahnung
gorofa

Bahnhoff
kituo cha treni

Raathuus
ukumbi wa mji

Museum
Makavazi

School
shule

Stadt - jiji

Universität

chuo kikuu

Bank

benki

Krankenhuus

hospitali

Hotel

hoteli

Afteek

duka la dawa

Büro

ofisi

Bookhökerie

duka la kitabu

Hökerie

duka

Blomenhökerie

duka la maua

Supermarkt

dukakuu

Markt

soko

Koophuus

idara ya kuhifadhi

Fischhökerie

mwuza samaki

Inkoopszentrum

kituo cha ununuzi

Haven

bandari

Parkanlaag

Hifadhi

Bank

benki

Brüch

daraja

Trepp

vidato

Ünnergrundbahn

chini ya ardhi

Tunnel

handaki

Busstoppsteed

kituo cha mabasi

Bar

bar

Spieslokal

mgahawa

Breefkassen

sanduku la posta

Stratenschild

ishara ya barabara

Parkklock

mita ya maegesho

Deertenpark

bustani ya wanyama

Baadanstalt

kidimbwi cha kuogelea

Moschee

msikiti

Buernhoff	Ümweltversmudden	Karkhoff
shamba	uchafuzi	makaburini

Kark	Speelplatz	Tempel
kanisa	uwanja wa michezo	hekalu

Landschop

mazingira

Blatt
jani

Wiespahl
ishara ya mwelekeo

Weg
njia

Wisch
malisho

Steen
jiwe

Boom
mti

Wannerer
mtembeaji wa masafa

Fluss
mto

Gras
nyasi

Bloom
ua

Daal

bonde

Barg

kilima

See

ziwa

Holt

msitu

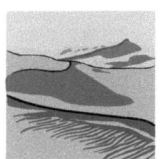

Wööst

jangwa

Füerspien Barg

volkano

Slott

ngome

Regenbagen

upinde wa mvua

Poggenstohl

uyoga

Palm

mtende

Steekmück

mbu

Fleeg

kuruka

Miegeemk

chungu

Imm

nyuki

Spinn

buibui

Sebber

mende

Pogg

chura

Katteker

kuchakuro

Swienegel

nungunungu

Haas

sungura

Uul

bundi

Vagel

ndege

Swaan

swan

Wildswien

nguruwe mwitu

Hirsch

kulungu

Elk

aina ya kongoni

Staudamm

bwawa

Windrad

tabo ya upepo

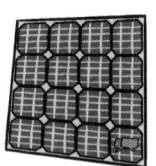

Solarmodul

nishaji ya jua

Klima

hali ya hewa

Spieslokal
mgahawa

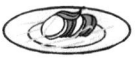

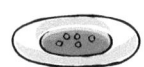

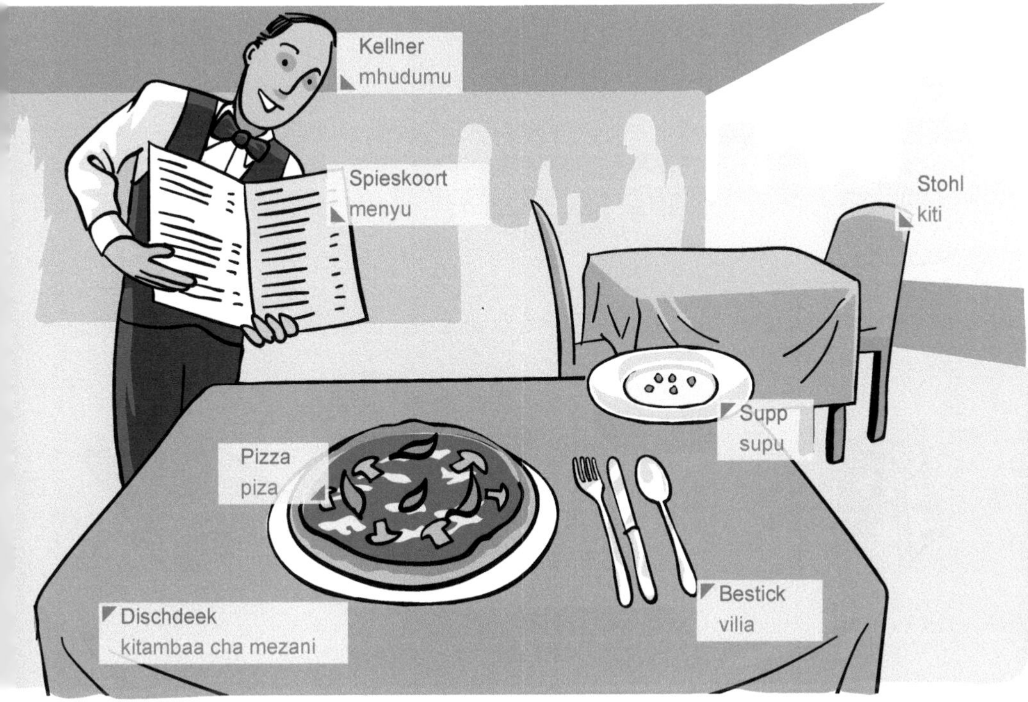
Kellner
mhudumu
Spieskoort
menyu
Stohl
kiti
Supp
supu
Pizza
piza
Bestick
vilia
Dischdeek
kitambaa cha mezani

Vörspies
kiamsha hamu

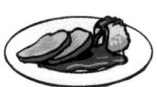

Haupteten
kozi kuu

Nadisch
kitindamlo

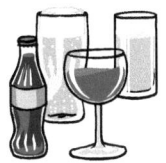

Drünk
vinywaji

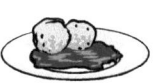

Eten
chakula

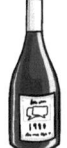

Buddel
chupa

Fastfood

chakula cha haraka

Strateneten

Streetfood

Teekann

buli

Zuckerdoos

kisanduku cha sukari

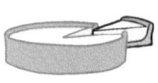

Portschoon

sehemu

Espressomaschien

mashine ya espresso

Hoochstohl

kiti kirefu

Reken

muswada

Tablett

trei

Mess

kisu

Gavel

uma

Lepel

kijiko

Teelepel

kijiko cha chai

Munddook

nepi

Glas

glasi

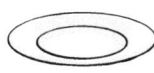

Töller

sahani

Suppentöller

sahani ya supu

Ünnertass

sufuria

Sooß

mchuzi

Soltstreuer

kichanyaji chumvi

Pepermöhl

kinu cha pilipili

Etig

siki

Ööl

mafuta

Krüder

viungo

Ketchup

kechapu

Mostrich

haradali

Mayonnaise

kachumbari nzito

Supermarkt
dukakuu

Anbott
ofa maalum
FOR
Kunn
mteja
Melkprodukten
maziwa
Aaft
matunda
Inkoopswagen
toroli

BUTCHERS

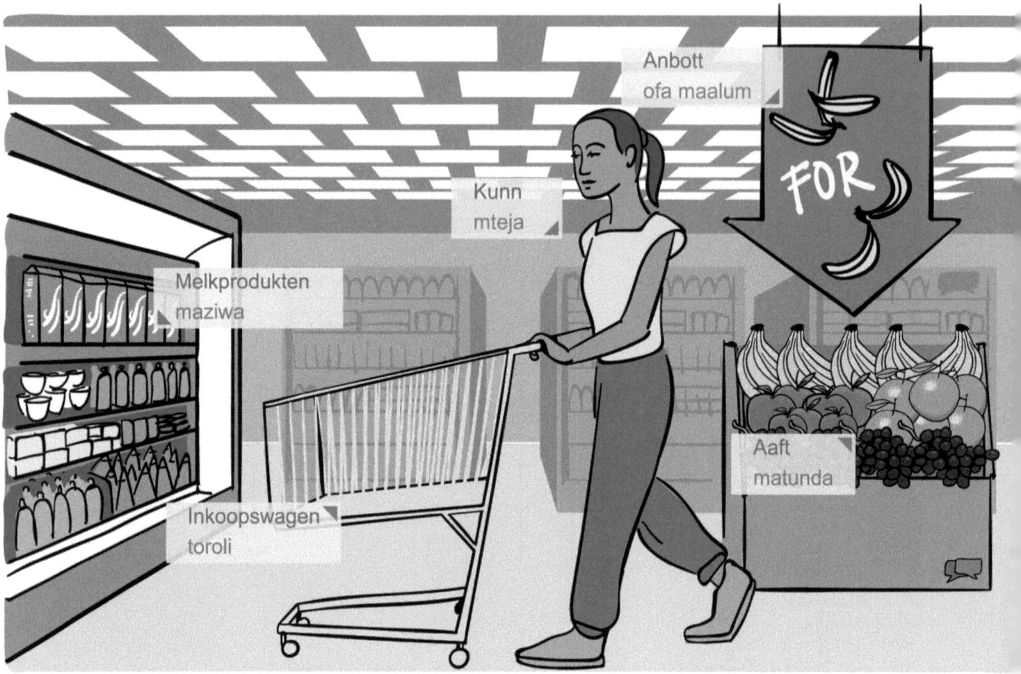

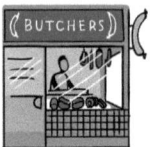

Slachterie

mchinjaji

BAKERY

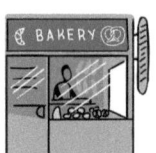

Bäckerie

mwokaji

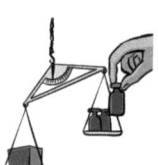

wegen

uzito

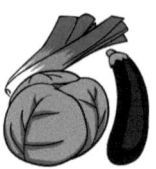

Gröönsaken

mboga

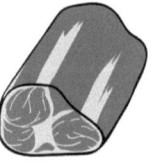

Fleesch

nyama

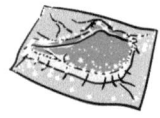

Deepköhlkost

chakula waliohifadhiwa

Opsnitt

vipande vya nyama baridi

Konserven

chakula cha kopo

Waschmiddel

sabuni ya unga

Snoopkraam

pipi

Huushooltssaken

bidhaa za kaya

Reinmaaktüüch

bidhaa za kusafisha

Verköpersche

mtu mauzo

Kass

mpaka

Kasserer

keshia

Inkoopslist

orodha ya manunuzi

Opsparrtieden

masaa ya ufunguzi

Breeftasch

mkoba

Kreditkoort

kadi

Tasch

mfuko

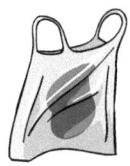

Plastiktüüt

mfuko wa plastiki

Water

maji

Saft

sharubati

Melk

maziwa

Cola

coke

Wien

mvinyo

Beer

bia

Spriet

pombe

Kakao

kakao

Tee

chai

Koffie

kahawa

Espresso

spreso

Cappucino

kapuchino

Banaan

ndizi

Appel

tufaha

Appelsien

machungwa

Meloon

tikiti

Zitroon

lemon

Wöttel

karoti

Knuuvlook

kitunguu saumu

Bambus

mianzi

Zibbel

kitunguu

Poggenstohl

uyoga

Nööt

karanga

Nudeln

nudo

Spaghetti	Ries	Salat
spageti	mpunga	saladi

Pommes frites	Braadkantüffeln	Pizza
vibanzi	viazi vya kukaanga	piza

Hamborger	Sandwich	Snitzel
hambaga	sandwichi	kipande
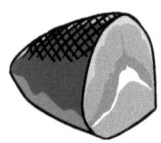		
Schinken	Salami	Wust
paja la mnyama	salami	soseji

Hohn	Braden	Fisch
kuku	choma	samaki

Haverflocken

oats ya uji

Müsli

muesli

Cornflakes

cornflakes

Mehl

unga

Croissant

kroisanti

Rundstück

andazi

Broot

mkate

Toast

mkate wa kubanika

Keksen

biskuti

Botter

siagi

Quark

maziwa mgando

Koken

keki

Ei

yai

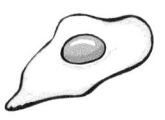

Spegelei

yai kukaanga

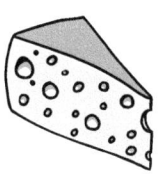

Kees

jibini

Eten - chakula

les
aiskrimu

Zucker
sukari

Honnig
asali

Marmelaad
jemu

Nougat-Creme
kuenea kwa chokoleti

Curry
mchuzi wa viungo

Buernhoff

shamba

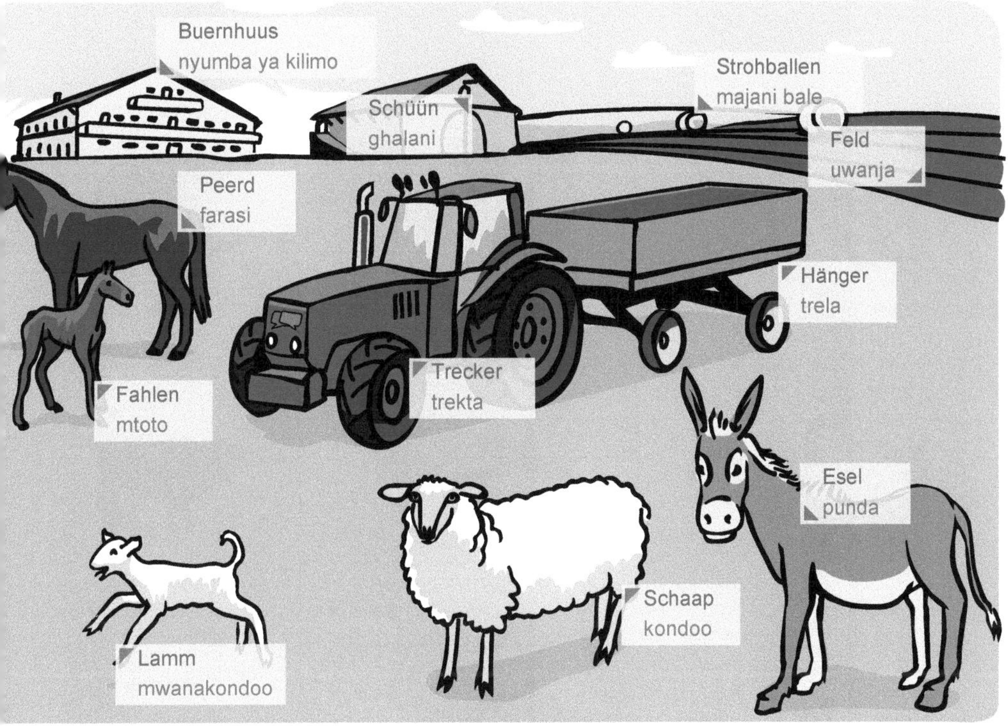

Buernhuus
nyumba ya kilimo
Schüün
ghalani
Strohballen
majani bale
Feld
uwanja
Peerd
farasi
Hänger
trela
Trecker
trekta
Fahlen
mtoto
Esel
punda
Schaap
kondoo
Lamm
mwanakondoo

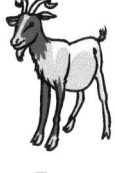

Zeeg

mbuzi

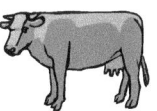

Koh

ng'ombe

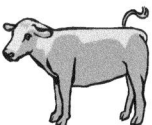

Kalf

ndama

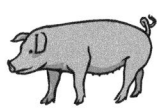

Swien

nguruwe

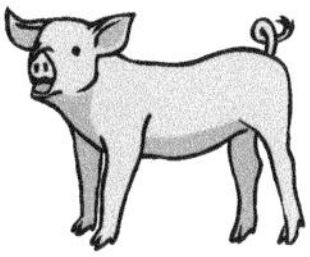

Farken

mwananguruwe

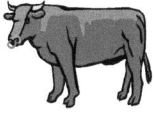

Bull

fahali

Goos

batabukini

Aant

bata

Küken

kifaranga

Hohn

kuku

Hahn

jogoo

Rott

panya

Katt

paka

Muus

panya

Oss

ng'ombe

Hund

mbwa

Hunnenhütt

nyumba ya mbwa

Goornslauch

bomba la bustani

Geetkann

debe la kumwagilia maji

Lee

fyekeo

Ploog

kulima

Sich

mundu

Hack

jembe

Mestfork

uma wa nyasi

Ext

shoka

Schuufkoor

toroli

Trog

kupitia nyimbo

Melkkann

chombo cha maziwa

Sack

gunia

Tuun

ua

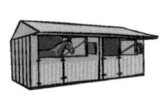

Stall

imara

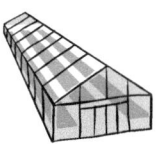

Drievhuus

chafu

Bodden

udongo

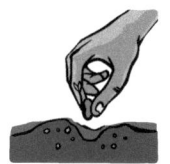

Saat

mbegu

Dünger

mbolea

Meihdöscher

kivunaji

oornen
....
mavuno

Oorn
....
mavuno

Yamswöttel
....
viazi vikuu

Weten
....
ngano

Soja
....
soya

Kantüffel
....
viazi

Törksche Weten
....
mahindi

Rapp
....
rapa

Aaftboom
....
mti wa matunda

Troopsch Kantüffel
....
muhogo

Koorn
....
nafaka

Huus
nyumba

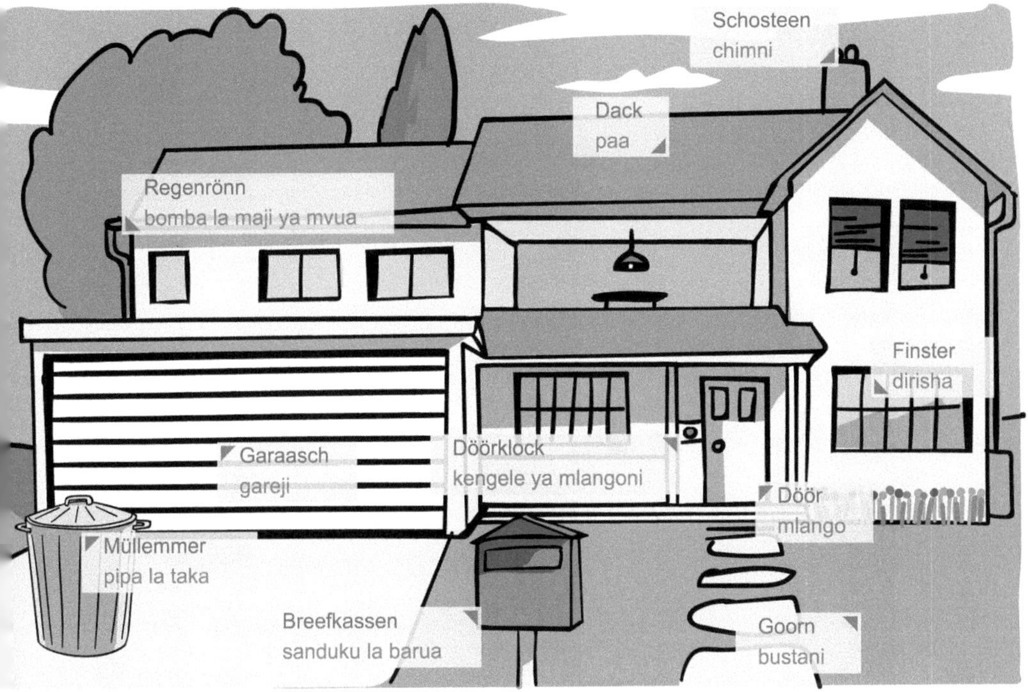
Schosteen
chimni
Dack
paa
Regenrönn
bomba la maji ya mvua
Finster
dirisha
Garaasch
gareji
Döörklock
kengele ya mlangoni
Döör
mlango
Müllemmer
pipa la taka
Breefkassen
sanduku la barua
Goorn
bustani

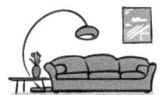

Wahnstuuv
....
sebuleni

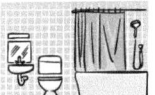

Baadstuuv
....
bafu

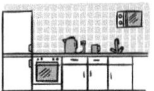

Köök
....
jikoni

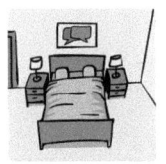

Slaapstuuv
....
chumba cha kulala

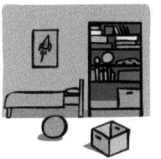

Kinnerstuuv
....
chumba ya mtoto

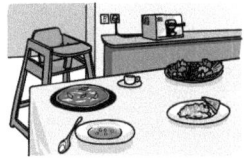

Eetstuuv
....
chumba cha kulia

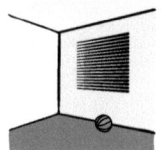

Footbodden

sakafu

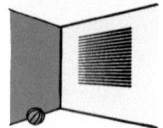

Wand

ukuta

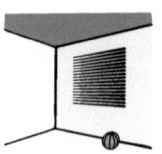

Deek

dari

Keller

pishi

Hittluftbad

sauna

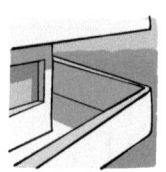

Balkon

roshani

Terrass

mtaro

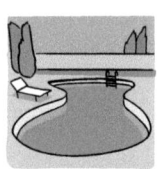

Swümmbad

kidimbwi

Rasenmeiher

mashine ya kukata nyasi

Bettbetog

karatasi

Bettdeek

kitambaa cha kupamba
kitanda

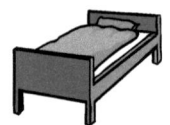

Puuch

kitanda

Bessen

ufagio

Emmer

ndoo

Schalter

kubadili

Wahnstuuv
sebuleni

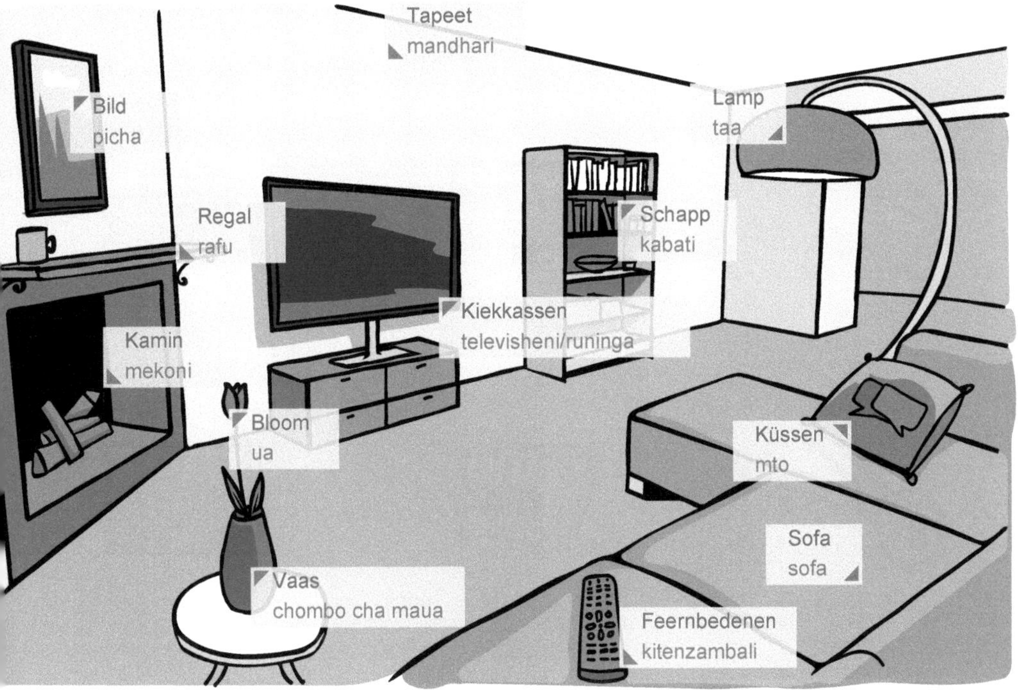
Tapeet
mandhari
Bild
picha
Lamp
taa
Regal
rafu
Schapp
kabati
Kiekkassen
televisheni/runinga
Kamin
mekoni
Bloom
ua
Küssen
mto
Sofa
sofa
Vaas
chombo cha maua
Feernbedenen
kitenzambali

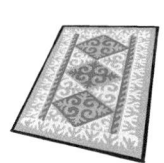

Teppich

zulia

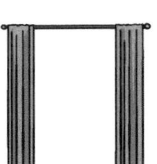

Vörhang

pazia

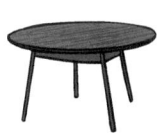

Disch

meza

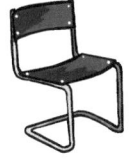

Stohl

kiti

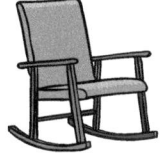

Schuckelstohl

kiti cha bembea

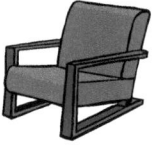

Sessel

armchair

Book

kitabu

Deek

blanketi

Dekoratschoon

mapambo

Füerholt

kuni

Film

filamu

Stereoanlaag

kifaa cha hi-fi

Slötel

ufunguo

Narichtenblatt

gazeti

Gemälde

uchoraji

Poster

bango

Radio

redio

Opschrievblock

daftari

Huulbessen

kifyonza

Kaktus

dungusi kakati

Kars

mshumaa

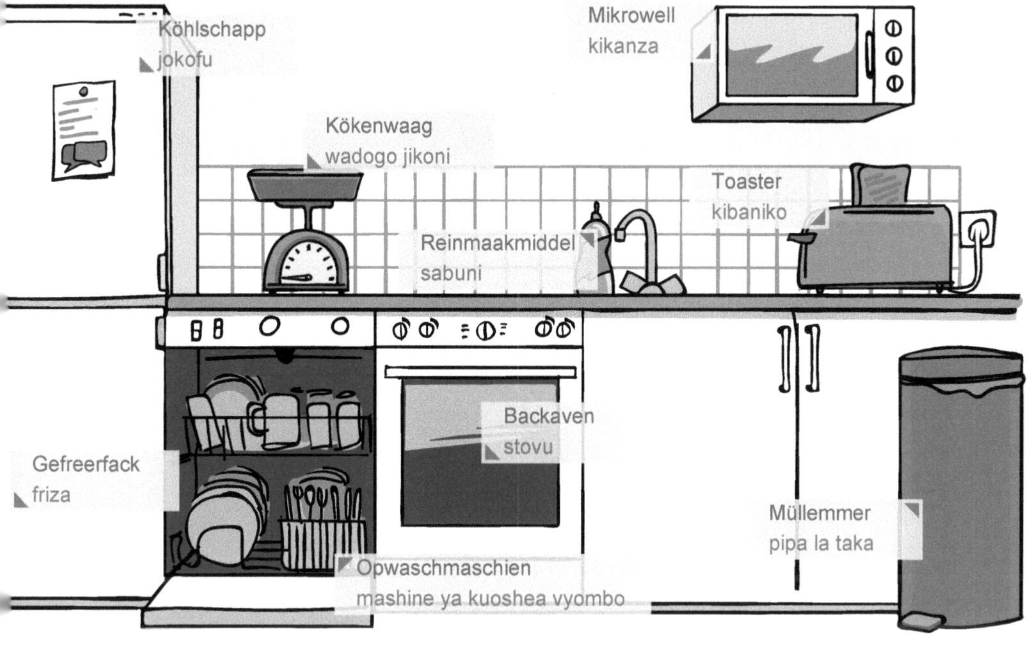

Köhlschapp
jokofu

Mikrowell
kikanza

Kökenwaag
wadogo jikoni

Reinmaakmiddel
sabuni

Toaster
kibaniko

Backaven
stovu

Gefreerfack
friza

Müllemmer
pipa la taka

Opwaschmaschien
mashine ya kuoshea vyombo

Heerd

jiko la kupika

Pott

chungu

Gussiesern Putt

sufuria ya chuma

Wok / Kadai

wok / kadai

Pann

kaango

Waterkaker

birika

Dampkaakputt

stima

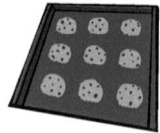

Backblick

sinia ya kuoka

Geschirr

vyombo vya udongo

Beker

kombe

Schaal

bakuli

Eetsticken

vijiti vya kulia

Suppenkell

ukawa

Pannenwenner

mwiko mpana

Sneebessen

burashi

Kaakseef

kichujio

Seef

chujio

Riev

mbuzi

Mörser

chokaa

Grill

barbeque

Füerstell

moto wazi

Sniedbrett

ubao wa majaribio

Nudelholt

kijiti cha kusukuma unga

Proppentrecker

kizibuo

Doos

kopo

Dosenaapner

inaweza kopo

Pottlappen

kishikio cha chungu

Waschbecken

karo

Böst

brashi

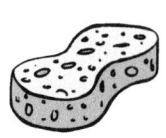

Swamm

sifongo

Mixer

kisagaji matunda

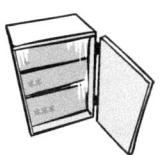

Iesschapp

friji ya kina

Nuckelbuddel

chupa ya mtoto

Waterhahn

bomba

Köök - jikoni

Baadstuuv

bafu

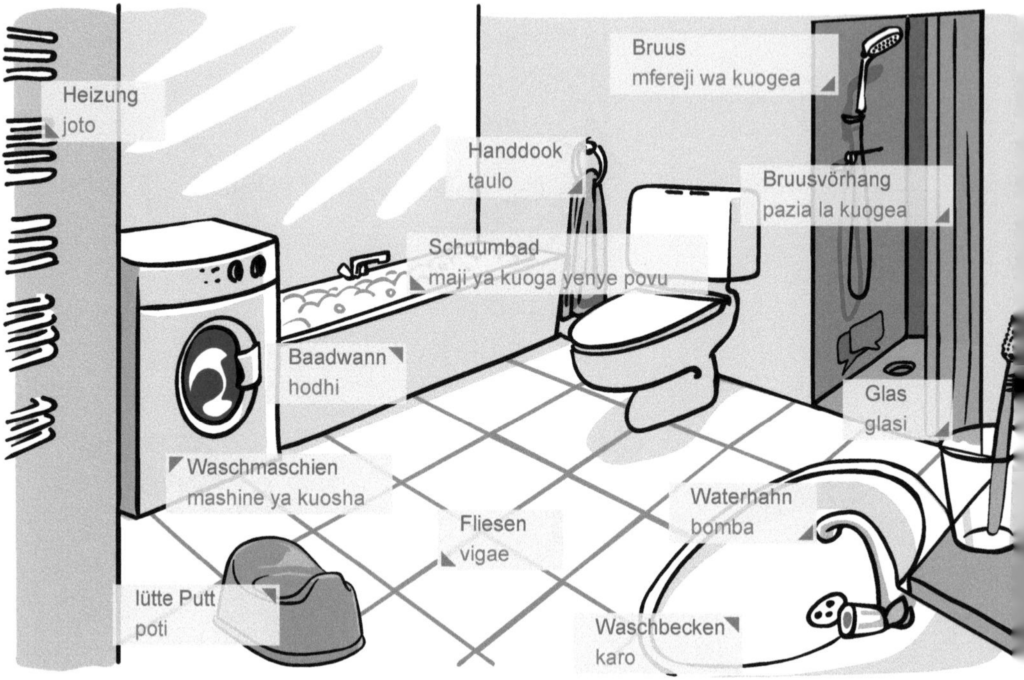

Heizung
joto
Bruus
mfereji wa kuogea
Handdook
taulo
Bruusvörhang
pazia la kuogea
Schuumbad
maji ya kuoga yenye povu
Baadwann
hodhi
Glas
glasi
Waschmaschien
mashine ya kuosha
Waterhahn
bomba
Fliesen
vigae
lütte Putt
poti
Waschbecken
karo

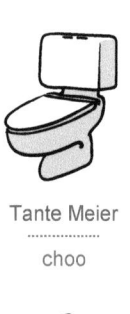

Tante Meier

choo

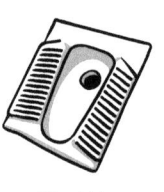

Hockklo

choo cha squat

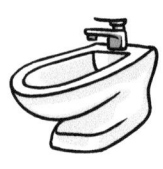

Bidet

beseni la mviringo

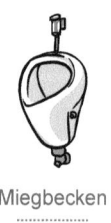

Miegbecken

choo cha umma

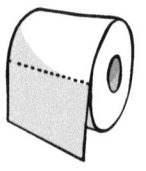

Klopapeer

shashi

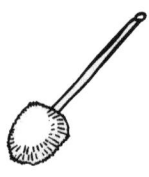

Kloböst

brashi ya choo

Tähnböst

mswaki

Tähnpast

dawa ya meno

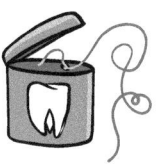

Tähnsied

dawa ya meno

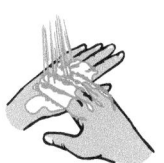

waschen

safisha

Handbruus

kuoga mkono

Intimbruus

msukumo wa maji

Waschschöttel

bonde

Rüchböst

mpako wa pili

Seep

sabuni

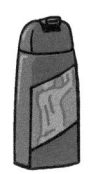

Bruusgeel

jeli ya kuogea

Hoorwaschmiddel

shampuu

Waschlappen

flana

Afloop

toa maji

Creme

krimu

Deodorant

kiondoa harufu

Spegel

kioo

Kosmetikspegel

kioo mkono

Raserer

kinyozi

Raseerschuum

povu la kunyoa

Raseerwater

baada ya kunyoa

Kamm

kichana

Böst

brashi

Hoordröger

kikausha nywele

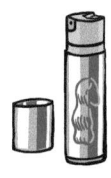

Hoorspray

marashi ya nyewele

Smink

vipodozi

Lippensticken

kidomwa

Nagellack

varnish ya msumari

Watt

pamba

Nagelscheer

mkasi wa kucha

Rüükwater

manukato

Kulturbüdel

mkoba wa kuosha

Schemel

kinyesi

Waag

mizani

Baadmantel

nguo ya kuoga

Gummihanschen

glavu za mpira

Tampon

kisodo

Damenbinn

sodo

Chemieklo

kemikali choo

Kinnerstuuv
chumba ya mtoto

Wecker
saa ya kengele
Knudeldeert
kidoli cha kupakata
Speeltüüchauto
gari bandia
Klöter
kelele
Poppenhuus
chumba cha midoli
Geschenk
sasa

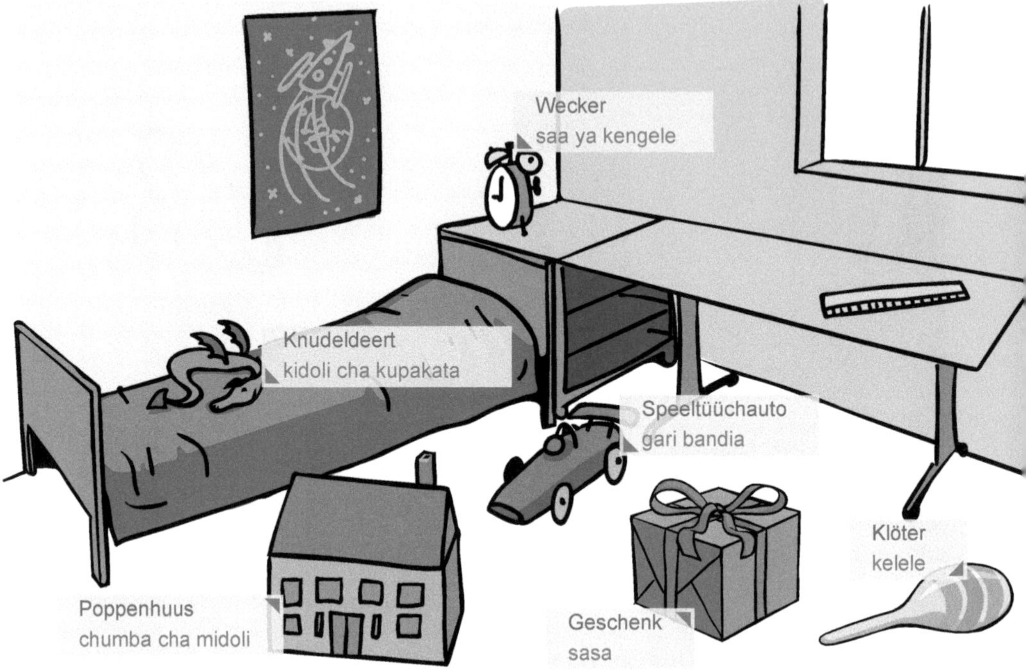

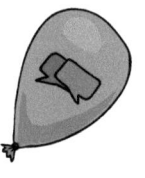

Luftballon

baluni

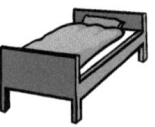

Puuch

kitanda

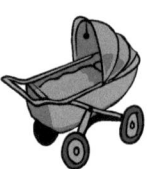

Kinnerwagen

mashua

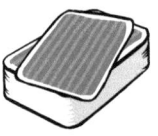

Koortenspeel

staha ya kadi

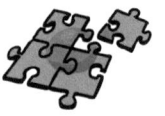

Puzzle

mchezo-fumb

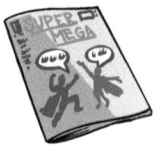

Billergeschicht

vichekesho

Legostenen

matofali lego

Bustenen

vitalu mwigo

Action-Figur

hatua takwimu

Strampelantog

suti ya kulalia

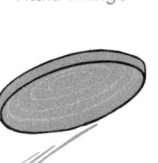

Frisbeeschiev

kisahani

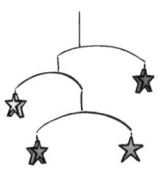

Mobile

simu

Brettspeel

ubao wa michezo

Wörpel

kete

Modelliesenbahn

garimoshi mwigo

Snuller

dummy

Party

chama

Billerbook

picha kitabu

Ball

mpira

Popp

kikaragosi

spelen

kucheza

Sandkassen

shimo la mchanga

Schuckel

bembea

Speeltüüch

vitu bandia

Speelkonsool

kiweko cha video ya mchezo

Dreerad

baiskeli ya magurudumu

Teddyboor

mwanasesere

matatu

Klederschapp

kabati

Tüüch

nguo

Socken

soksi

Strümp

stokingi

Strumpbüx

kibano

Halsdook
skafu

Liefreem
ukanda

Paraplü
mwavuli

T-Shirt
fulana

Stevel
viatu

Turnschoh
wakufunzi

Puuschen
ndara

Sandalen
malapa

Schoh
viatu

Gummistevel
mabuti ya mpira

Ünnerbüx
suruali ya ndani

Bostholler
sidiria

Ünnerhemd
fulana

Lief

mwili

Büx

suruali

Jeansnüx

dangirizi

Rock

sketi

Bluus

blauzi

Hemd

shati

Pullover

vuta

Kapuzenpullover

sweta

Blazer

bleza

Jack

jaketi

Mantel

koti

Övertrecker

koti la mvua

Kostüm

maleba

Kleed

gauni

Hochtietskleed

mavazi ya harusi

Antog

suti

Nachtkleed

vazi la usiku

Slaapantog

pajama

Sari

sari

Koppdook

skafu

Turban

kilemba

Burka

burka

Kaftan

kaftan

Abaya

abaya

Baadantog

vazi la kuogelea

Baadbüx

vazi la kiume la kuogelea

Korte Büx

kaptura

Antog to'n Öven

teitei

Schört

aproni

Handschoh

glavu

Knopp

kifungo

Brill

glasi

Armband

bangili

Halskeed

mkufu

Ring

pete

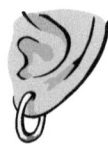

Ohrbummel

herini

Mütz

kofia

Klederbögel

kiango cha koti

Hoot

kofia

Binner

tai

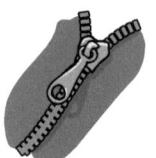

Rietslüter

zipu

Helm

kofia

Drachtband

kanda za suruali

Schooluniform

sare za shule

Uniform

sare

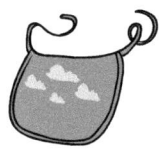

Severböten

bibu

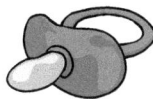

Snuller

dummy

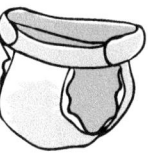

Winnel

nepi

Büro
ofisi

Server
seva
Aktenschapp
kabati la kuweka faili
Drucker
kichapishaji
Papeer
karatasi
Bildschirm
kiwambo
Schrievdisch
dawati
Muus
kipanya
Orner
folda
Knoopboord
kibodi
rkorf
cha kuweka karatasi chafu
Computer
kompyuta
Stohl
kiti

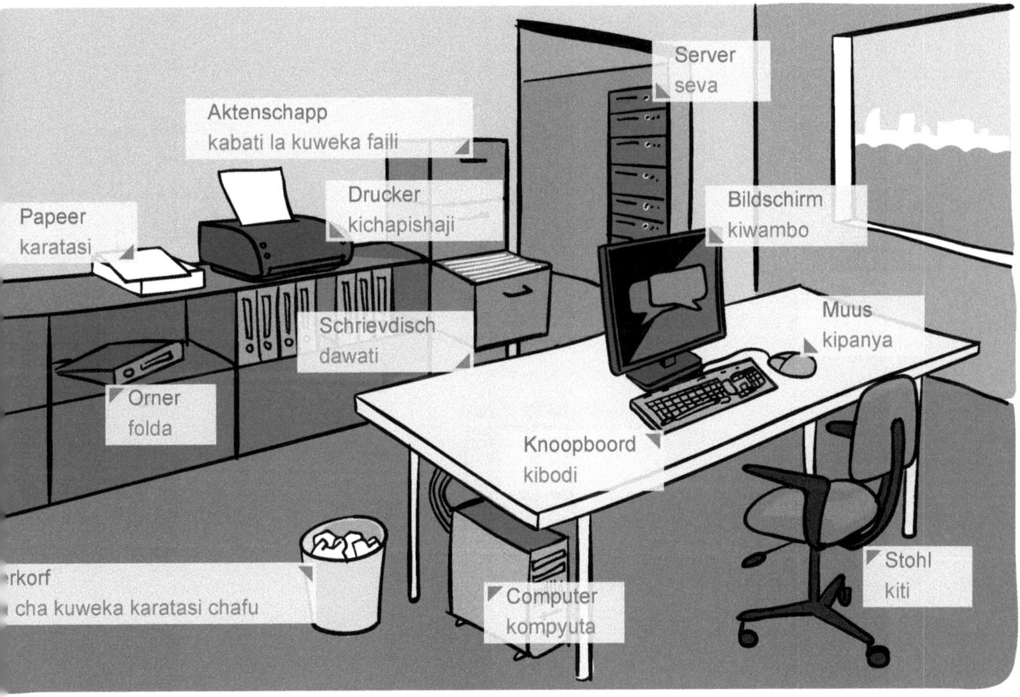

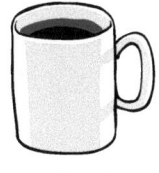

Koffiebeker

kmobe la kahawa

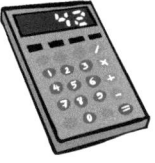

Taschenreekner

kikokotoo

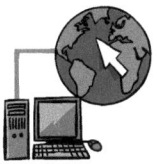

Internet

biashara

Klappreekner

mbali

Breef

barua

Naricht

ujumbe

Ackersnacker

rununu

Nettwark

intaneti

Kopeerapparat

fotokopia

Software

programu

Klöönkassen

simu

Steekdoos

soketi

Faxapparat

kipepesi

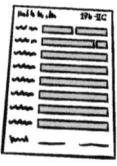

Formulor

fomu

Dokument

hati

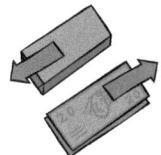

köpen
....
kununua

betahlen
....
kulipa

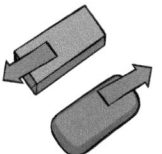

hanneln
....
biashara

Geld
....
fedha

Dollar
....
dola

Euro
....
yuro

Yen
....
yeni

Ruvel
....
rouble

Swiezer Franken
....
faranga ya Uswisi

Renminbi Yuan
....
renminbi yuan

Rupie
....
rupia

Geldautomat
....
eneo la kulipia

Wesselstuuv

ofisi ya ubadilishanaji

Gold

dhahabu

Sülver

fedha

Ööl

mafuta

Energie

nishati

Pries

bei

Verdrag

mkataba

Stüer

kodi

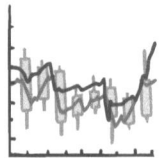

Andeelschien

bidhaa

arbeiden

kazi

Anstellte

mfanyakazi

Arbeitgever

mwajiri

Fabrik

kiwanda

Hökerie

duka

Profeschonen

kazi

Wachtmeester
afisa wa polisi

Füerwehrmann
mzimamoto

Kock
mpishi

Dokter
daktari

Fleger
rubani

Goorner

mtunza bustani

Discher

seremala

Neihersche

mshonaji

Richter

hakimu

Chemiker

mwanakemia

Schauspeler

muigizaji

Busfohrer

dereva wa basi

Taxifohrer

dereva wa teksi

Fischer

mvuvi

Reinmaakfru

mwanamke wa kusafisha

Dackdecker

mwezekaji

Kellner

mhudumu

Jäger

mwindaji

Maler

mchoraji

Bäcker

mwokaji

Elektriker

umeme

Buarbeider

mjenzi

Ingenieur

mhandisi

Slachter

mchinjaji

Klempner

fundi bomba

Postbüdel

mwanaposta

Suldat

mwanajeshi

Architekt

msanifu majengo

Kasserer

keshia

Florist

muuza maua

Putzbüdel

msusi

Schaffner

kondakta

Mechaniker

mekanika

Kaptein

nahodha

Tähndokter

daktari wa meno

Wetenschopler

mwanasayansi

Rabbi

rabbi

Imam

imamu

Mönk

mtawa

Paap

kasisi

Warktüüch

zana

Tang
koleo
Hamer
nyundo
Schruvendreiher
bisibisi
Taschenlamp
kurunzi
Schruvenslötel
spana

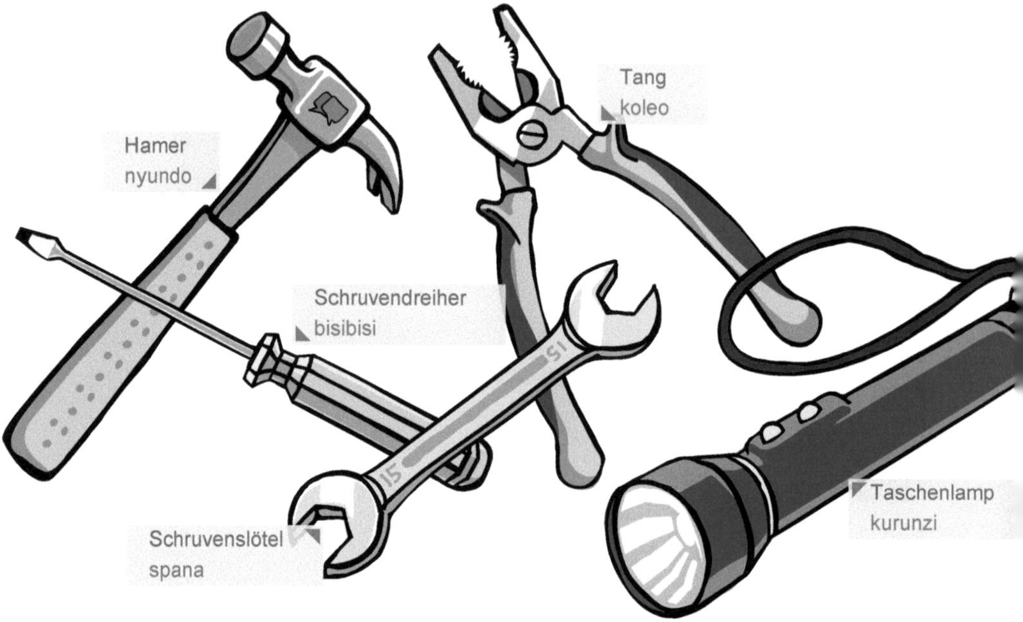

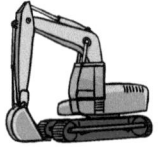

Grieper
mchimbaji

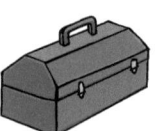

Warktüüchkassen
sanduku la vifaa

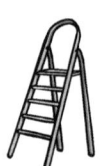

Ledder
ngazi

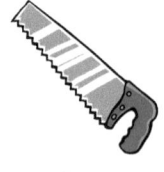

Saag
msumeno

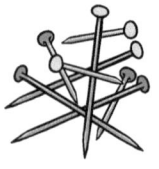

Nagels
misumari

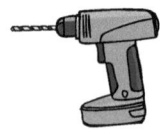

Bohrer
kuchimba visima

heelmaken

kukarabati

Schüffel

sepetu

Schiet!

Lo!

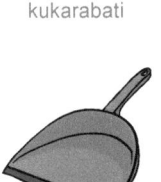

Kehrblick

kishikio cha uchafu

Farvpott

chungu cha rangi

Schruven

skurubu

Musikinstrumenten
ala za muziki

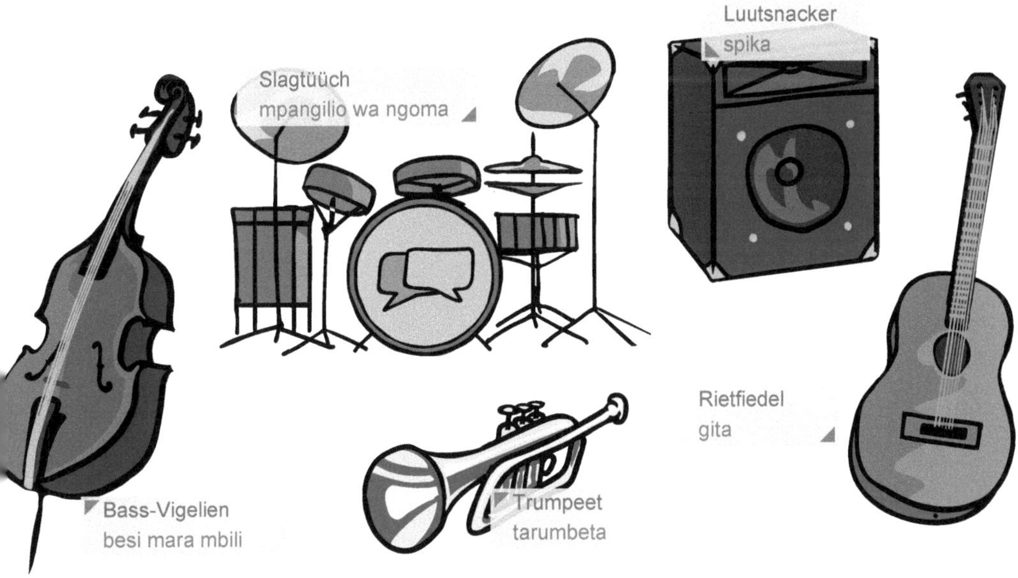

Luutsnacker
spika

Slagtüüch
mpangilio wa ngoma

Rietfiedel
gita

Bass-Vigelien
besi mara mbili

Trumpeet
tarumbeta

Klaveer

piano

Vigelien

fidla

Bass

ubeji

Pauk

timpani

Trummeln

ngoma

Keyboard

kibodi

Saxophon

saksafoni

Fleut

filimbi

Mikrofoon

maikrofoni

Deertenpark
bustani ya wanyama

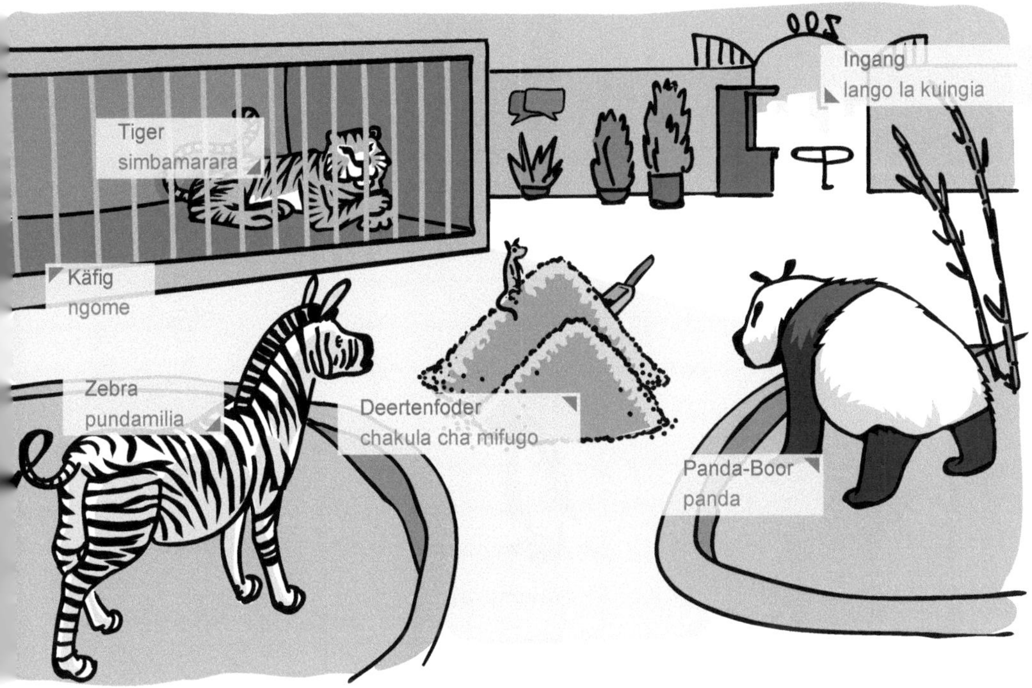
Ingang
lango la kuingia
Tiger
simbamarara
Käfig
ngome
Zebra
pundamilia
Deertenfoder
chakula cha mifugo
Panda-Boor
panda

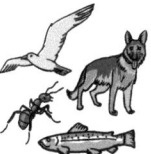

Deerten

wanyama

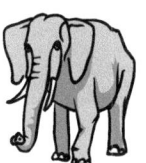

Elefant

tembo

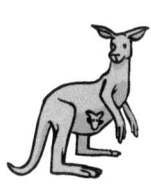

Känguru

kangaruu

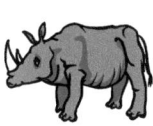

Neeshoorn

kifaru

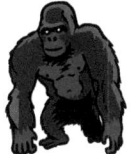

Gorilla

sokwe

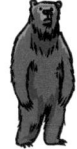

Boor

dubu

Kameel

ngamia

Struuß

mbuni

Lööv

simba

Aap

tumbili

Flamingo

heroe

Papagoi

kasuku

Iesboor

dubu

Pinguin

penguini

Haifisch

papa

Pageluun

tausi

Slang

nyoka

Krokodil

mamba

Oppasser in'n Deertenpark

mtunza wanyama

Saalhund

muhuri

Jaguor

jaguar

Pony

mwanafarasi

Leopard

chui

Nilpeerd

kiboko

Giraff

twiga

Aadler

tai

Wildswien

nguruwe mwitu

Fisch

samaki

Schildkrööt

kobe

Walross

sili

Voss

mbweha

Gazell

paa

Amerikaansch Football
soka ya marekani

Radfohren
uendeshaji baiskeli

Tennis
tenisi

Korfball
mpira wa kikapu

Swümmen
kuogelea

Boxen
ndondi

Ieshockey
magongo ya barafuni

Football
soka

Fedderball
vinyoya

Leichtathletik
riadha

Handball
mpira wa mikono

Skilopen
skii

Polo
polo

Aktivitäten
shughuli

lachen
cheka
springen
kuruka
ümarmen
kumbatia
gahn
kutembea
singen
kuimba
drömen
ota ndoto
beden
kuomba
snuteln
busu

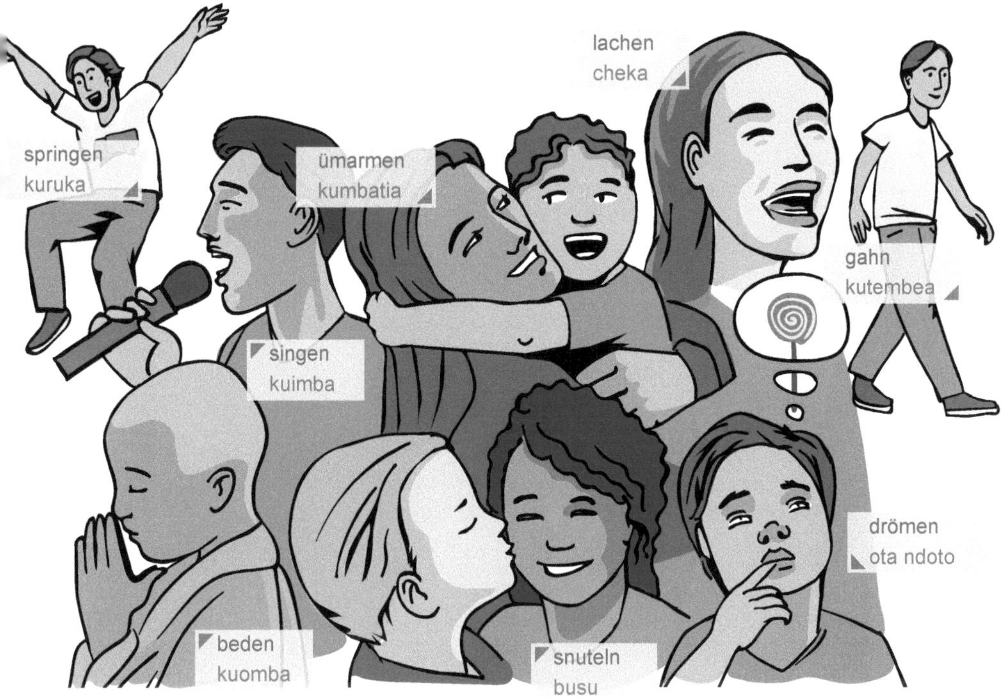

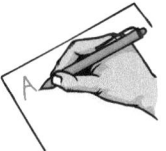

schrieven

kuandika

teken

kuteka

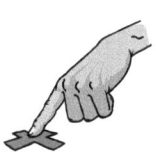

wiesen

angalia

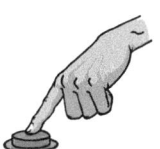

drücken

sukuma

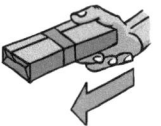

geven

kutoa

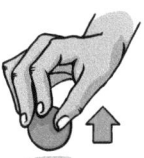

nehmen

kuchukua

hebben
kuwa

doon
fanya

sien
kuwa

stahn
kusimama

lopen
kukimbia

trecken
vuta

smieten
kutupa

fallen
kuanguka

liggen
hadaa

töven
kusubiri

dregen
kubeba

sitten
kukaa

antrecken
vaa nguo

slapen
usingizi

opwaken
kuamka

ankieken
kuangalia

wenen
lia

eien
kiharusi

kämmen
chana nywele

snacken
ongea

verstahn
kuelewa

fragen
kuuliza

hören
kusikiliza

drinken
kunywa

eten
kula

oprümen
nadhifisha

leefhebben
upendo

kaken
mpishi

fohren
gari

flegen
kuruka

segeln

meli

reken

kokotoa

lesen

kusoma

lehren

kujifunza

arbeiden

kazi

de Plünnen tohoopsmieten

kuoa

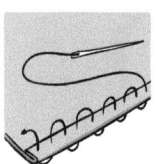

neihen

kushona

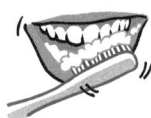

Tähnen putzen

piga mswaki

dootmaken

kuua

smöken

moshi

schicken

kutuma

Familje
familia

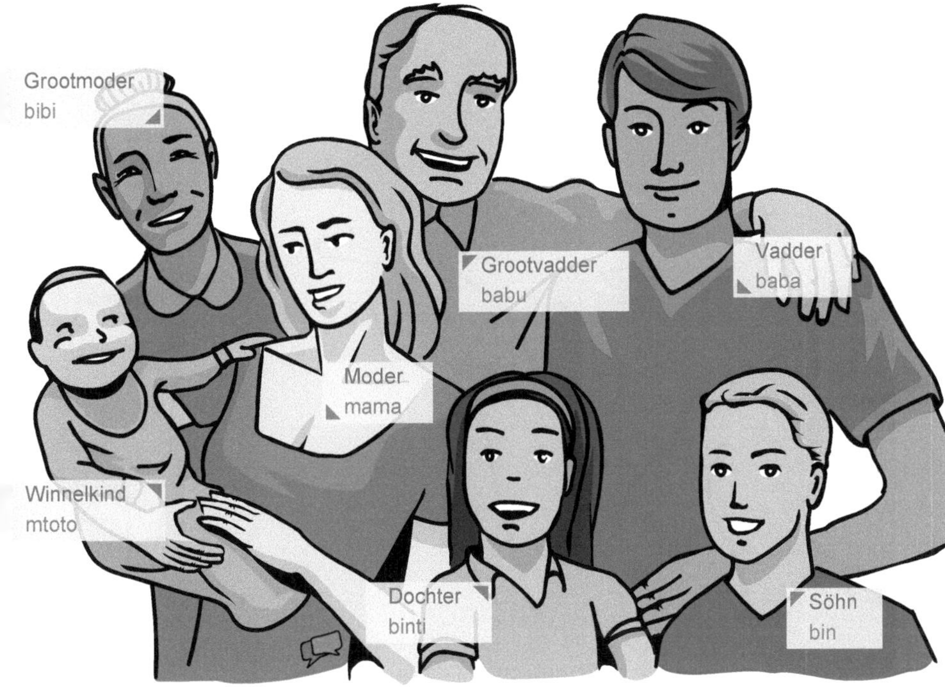
Grootmoder
bibi
Grootvadder
babu
Vadder
baba
Moder
mama
Winnelkind
mtoto
Dochter
binti
Söhn
bin

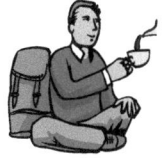

Gast

mgeni

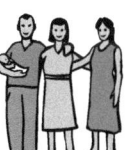

Tant

shangazi

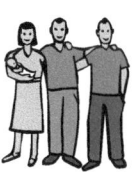

Unkel

mjomba

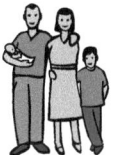

Broder

kaka

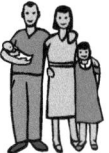

Süster

dada

Lief

mwili

Vörkopp
paji la uso
Oog
jicho
Schuller
bega
Finger
kidole
Gesicht
uso
Kinn
kidevu
Hand
mkono
Bost
matiti
Been
mguu
Arm
mkono

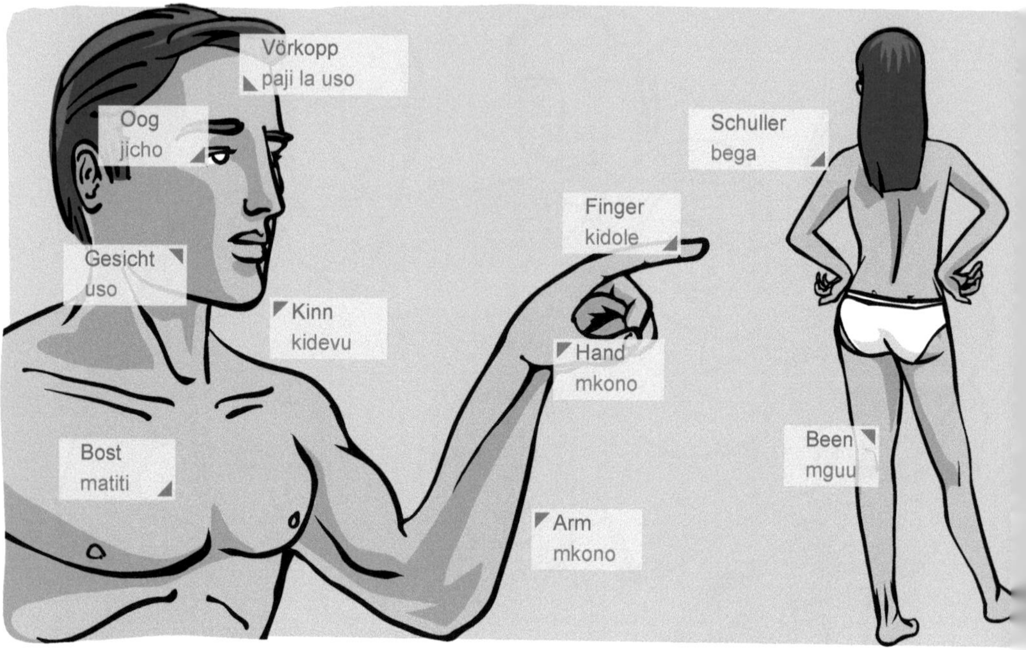

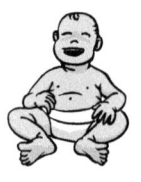

Winnelkind

mtoto

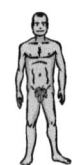

Mann

mwanamume

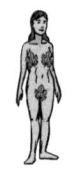

Fro

mwanamke

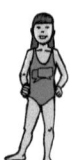

Deern

msichana

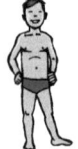

Jung

mvulana

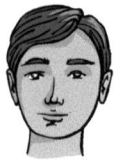

Arm

kichwa

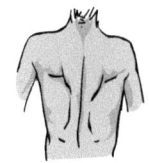

Rüch

nyuma

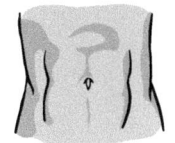

Buuk

tumbo

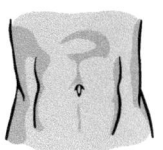

Navel

kitovu

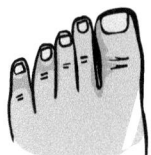

Teh

chano

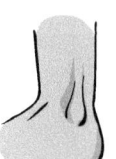

Hack

kisigino

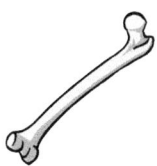

Knaken

mfupa

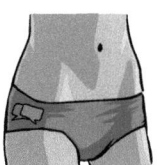

Hüft

nyonga

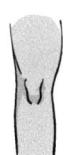

Knee

goti

Ellbagen

kiwiko

Nees

pua

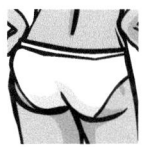

Achtersen

chini

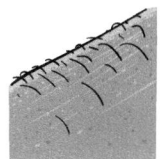

Huut

ngozi

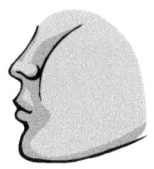

Back

shavu

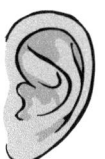

Ohr

sikio

Lipp

mdomo

Mund

kinywa

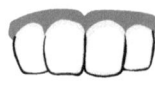

Tähn

jino

Tung

ulimi

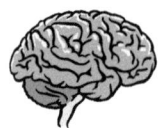

Bregen

ubongo

Hart

moyo

Muskel

misuli

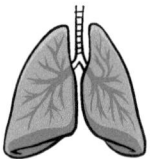

Lung

pafu

Lever

ini

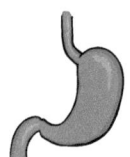

Maag

tumbo

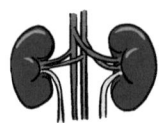

Neren

figo

Bislaap

jinsia

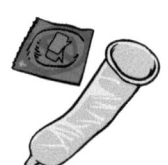

Kondoom

kondomu

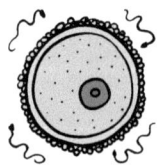

Eizell

ovari

Sperma

shahawa

Anner Ümstänn

mimba

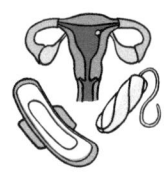

Menstruatschoon

hedhi

Scheed

uke

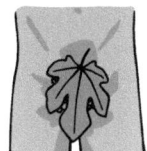

Pint

uume

Ogenbroe

unyusi

Hoor

nywele

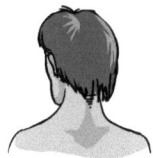

Hals

shingo

Krankenhuus
hospitali

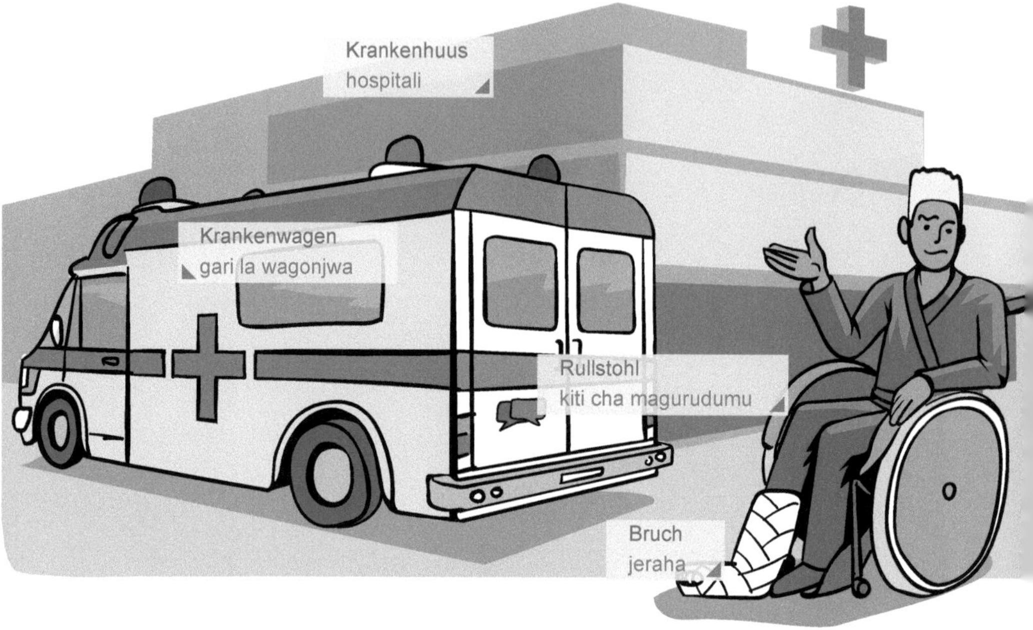

Krankenhuus
hospitali
Krankenwagen
gari la wagonjwa
Rullstohl
kiti cha magurudumu
Bruch
jeraha

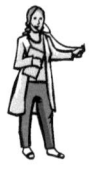

Dokter

daktari

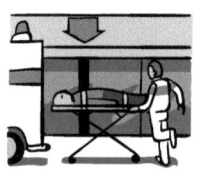

Nootopnahm

chumba cha dharura

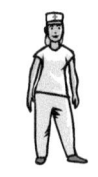

Krankensüster

muuguzi

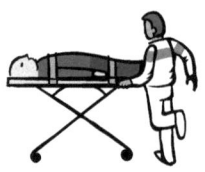

Nootfall

dharura

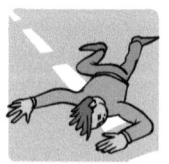

ahnmächtig

kupoteza fahamu

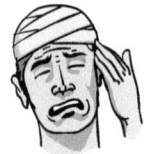

Wehdaag

maumivu

Verwunnen

kuumia

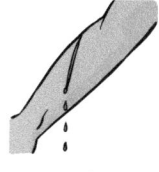

Blöden

kutokwa na damu

Hartinfarkt

mshtuko wa moyo

Slaganfall

kiharusi

Allergie

mzio

Hoosten

kikohozi

Fever

homa

Gripp

mafua

Dörchfall

kuharisha

Koppwehdaag

maumivu ya kichwa

Kreeft

kansa

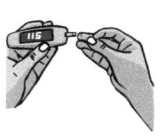

Zuckersüük

ugonjwa wa kisukari

Chirurg

daktari mpasuaji

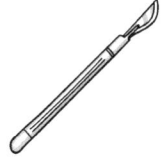

Chirurgsch Mess

kisu kidogo cha kupasulia

Operatschoon

operesheni

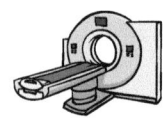

CT

picha changanufu ya mwili

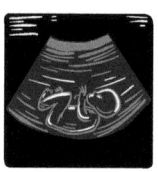

Dörchlüchten

Eksrei

Ultraschall

mawimbi sauti

Mask

barakoa ya uso

Krankheit

ugonjwa

Töövruum

chumba cha kusubiri

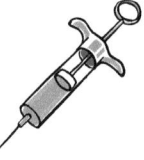

Krück

mkongojo

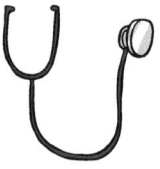

Plaaster

plasta

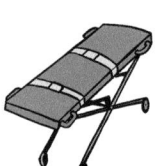

Verband

bendeji

Insprütten

sindano

Stethoskop

stetoskopu

Draag

machela

Feverthermometer

kipimajoto cha kliniki

Geboort

kuzaliwa

Övergewicht

unene kupita kiasi

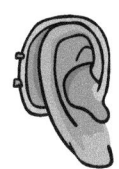

Hörapparat

kusikia misaada

Kiemfriemiddel

kipukusi

Ansteken

maambukizi

Virus

virusi

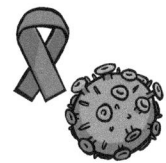

HIV / AIDS

VVU / UKIMWI

Heelmiddel

dawa

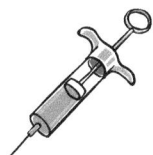

Impen

chanjo

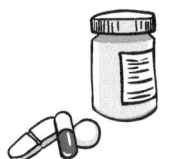

Tabletten

vidonge

Pill

kidonge

Nootroop

simu ya dharura

Blootdruck-Meter

haemodainamometa

krank / gesund

mgonjwa / mwenye afya

Alarm

kengele

Överfall

pigo

Angreep

shambulizi

Gefohr

hatari

Nootutgang

lango la dharura

Hölp!

Msaada!

Füer!

Moto!

Füerlöscher

kizima moto

Unfall

ajali

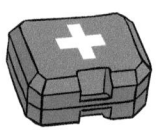

Noothölpkoffer

vifaa vya huduma ya
kwanza

SOS

wito wa msaada

Polizei

polisi

Europa

Ulaya

Noordamerika

Amerika ya Kaskazini

Süüdamerika

Amerika ya Kusini

Afrika

Afrika

Asien

Asia

Australien

Australia

Atlantik

Atlantiki

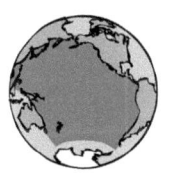

Pazifik

Pasifiki

Indisch Weltmeer

Bahari ya Hindi

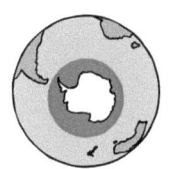

Antarktisch Weltmeer

Bahari ya Antaktiki

Arktisch Weltmeer

Bahari ya Aktiki

Noordpol

Ncha ya Kaskazini

Süüdpol

Ncha ya Kusini

Antarktis

Antaktika

Eerd

dunia

Land

nchi

See

bahari

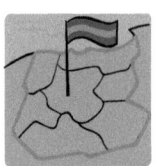

Eiland

kisiwa

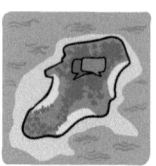

Natschoon

taifa

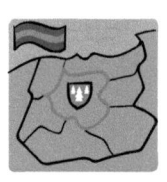

Staat

jimbo

Tallenblatt

uso wa saa

Stunnenwieser

akrabu ya saa

Minutenwieser

akrabu ya dakika

Sekunnenwieser

akrabu ya sekunde

Wo laat is dat?

Ni saa ngapi?

Dag

siku

Tiet

wakati

nu

sasa

digetaalsch Klock

saa ya dijitali

Minuut

dakika

Stunn

saa

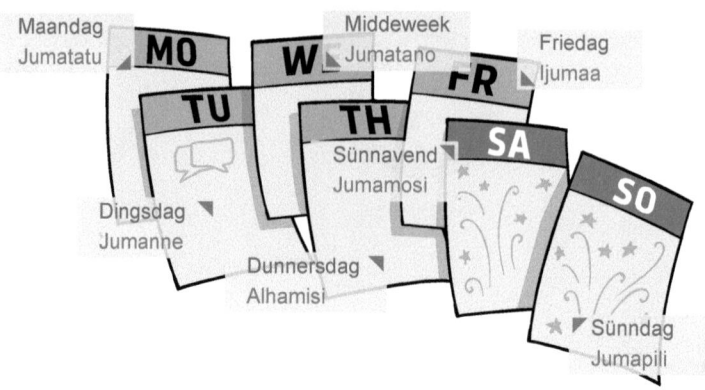

Maandag / Jumatatu — MO
Dingsdag / Jumanne — TU
Middeweek / Jumatano — W
Dunnersdag / Alhamisi — TH
Friedag / Ijumaa — FR
Sünnavend / Jumamosi — SA
Sünndag / Jumapili — SO

güstern
jana

hüüt
leo

morgen
kesho

Morgen
asubuhi

Meddag
saa sita mchana

Avend
jioni

Arbeitsdaag
siku za biashara

Wekenenn
mwishoni mwa wiki

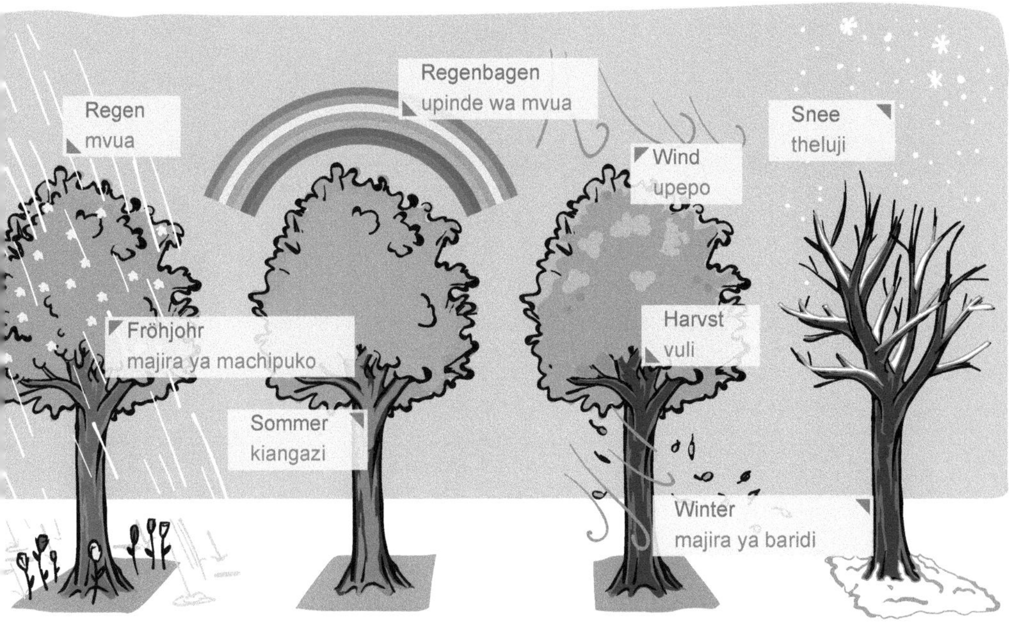

Regen
mvua

Regenbagen
upinde wa mvua

Snee
theluji

Wind
upepo

Fröhjohr
majira ya machipuko

Harvst
vuli

Sommer
kiangazi

Winter
majira ya baridi

4.APRIL	11°	☀
5.APRIL	4°	☁
6.APRIL	13°	☁
7.APRIL	8°	☀
8.APRIL	10°	☀

Wedervörhersaag

utabiri wa hali ya hewa

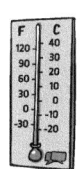

Thermometer

kipimajoto

Sünnenschien

mwanga wa jua

Wulk

wingu

Nevel

ukungu

Luftfuchtigkeit

unyevu

Blitz
....
umeme

Dunner
....
radi

Storm
....
dhoruba

Hagel
....
mvua ya mawe

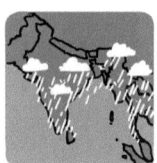

Monsun
....
monsuni

Floot
....
mafuriko

Ies
....
barafu

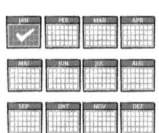

Januormaand
....
Januari

Februormaand
....
Februari

Martmaand
....
Machi

Aprilmaand
....
Aprili

Maimaand
....
Mei

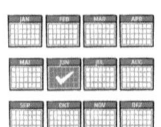

Junimaand
....
Juni

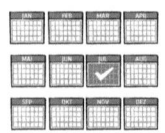

Julimaand
....
Julai

Augustmaand
....
Agosti

Septembermaand
....
Septemba

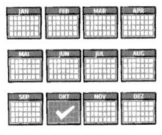

Oktobermaand
....
Oktoba

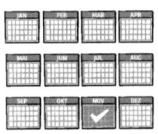

Novembermaand
....
Novemba

Dezembermaand
....
Desemba

Formen
maumbo

Krink
....
mduara

Quadrat
....
mraba

Rechteck
....
mstatili

Dreeeck
....
pembetatu

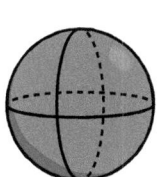

Kugel
....
nyanja

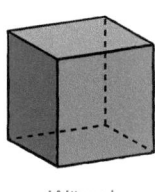

Wörpel
....
mchemraba

witt

nyeupe

geel

manjano

orangsch

chungwa

pink

rangi ya waridi

root

nyekundu

lila

hudhurungi

blau

bluu

gröön

kijani

bruun

hanja

gries

jivujivu

swart

nyeusi

veel / wenig

mengi / kidogo

böös / verdreeglich

hasira / pole

smuck / mies

nzuri / mbaya

Begünn / Enn

mwanzo / mwisho

groot / lütt

kubwa / ndogo

hell / düüster

angavu / giza

Broder / Süster

kaka / dada

schier / schietig

safi / chafu

kumpleet / nich kumpleet

kamilika / tokamilika

Dag / Nacht

siku / usiku

doot / lebennig

wafu / hai

breet / small

pana / nyembamba

geneetbor / nich geneetbor
....
kulika / kutolika

böös / fründlich
....
ovu / ema

fickerig / langwielt
....
sisimkwa / udhika

dick / dünn
....
nene / nyembamba

toeerst / toletzt
....
kwanza / mwisho

Fründ / Fiend
....
rafiki / adui

vull / leddig
....
jaa / tupu

hart / week
....
ngumu / laini

swoor / licht
....
nzito / nyepesi

Smacht / Döst
....
njaa / kiu

krank / gesund
....
mgonjwa / mwenye afya

nich na't Recht / na't Recht
....
haramu / kisheria

klook / dummerhaftig
....
akili / kijinga

linkerhand / rechterhand
....
kushoto / kulia

neeg / feern
....
karibu / mbali

nieg / bruukt

mpya / kutumika

nix / wat

kitu / jambo

oolt / jung

zee / changa

an / ut

waka / zima

apen / slaten

wazi / fungwa

lies / luut

utulivu / kelele

riek / arm

tajiri / masikini

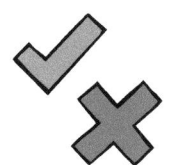

richtig / verkehrt

sahihi / kosa

ruug / glatt

mbaya / laini

trurig / glücklich

huzunika / furahia

kort / lang

fupi /ndefu

suutje / flink

polepole / haraka

natt / dröög

nyevu / kavu

warm / köhl

joto / baridi

Krieg / Freden

vita / amani

0	1	2
null	een	twee
sufuri	moja	mbili

3	4	5
dree	veer	fief
tatu	nne	tano

6	7	8
söss	söven	acht
sita	saba	nane

9	10	11
negen	teihn	ölven
tisa	kumi	kumi na moja

12	**13**	**14**
twölf	dörteihn	veerteihn
kumi na mbili	kumi na tatu	kumi na nne

15	**16**	**17**
föffteihn	sössteihn	söventeihn
kumi na tano	kumi na sita	kumi na saba

18	**19**	**20**
achtteihn	negenteihn	twintig
kumi na nane	kumi na tisa	ishirini

100	**1.000**	**1.000.000**
hunnert	dusend	million
mia	elfu	milioni

Spraken
lugha

Engelsch

Kiingereza

Amerikaansch Engelsch

Kiingereza cha Marekani

Chineesch Mandarin

Kimandarini cha Uchina

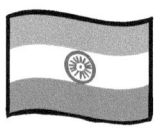

Hindi

Kihindi

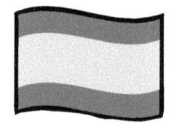

Spaansch

Kihispania

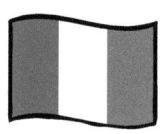

Franzöösch

Kifaransa

Araabsch

Kiarabu

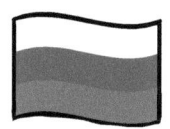

Rusch

Kirusi

Portugiesch

Kireno

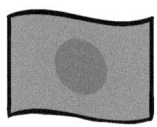

Bengaalsch

Kibengali

Düütsch

Kijerumani

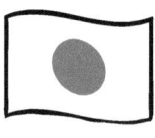

Japaansch

Kijapani

ik

mimi

du

wewe

he / se / dat

yeye / yeye / ni

wi

sisi

ji

wewe

se

wao

keen?

nani?

wat?

nini?

woans?

jinsi gani?

woneem?

wapi?

wannehr?

lini?

Naam

jina

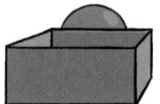

achter

nyuma

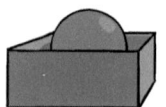

in

katika

vör

mbele ya

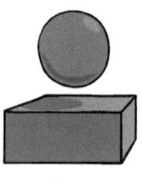

över

juu ya

op

kwenye

ünner

chini ya

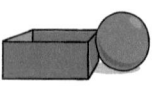

blangen

kando

twüschen

kati

Oort

mahali